பத்தாம் பிறை

நிலா.சுப்பிரமணியன்

Made with ♥ on the Notion Press Platform
www.notionpress.com

அம்மா

என்ற ஒரு சொல்

மட்டும் இல்லையென்றால்

மொழிகளில்

வார்த்தைகள் எல்லாம்

வெறும்

ஒலிகளாகவே

இருந்திருக்கும்

என் அம்மாவிற்கு

இந்நூல்

பொருளடக்கம்

பொருளடக்கம்

பொருளடக்கம்

பத்தாம் பிறை

ஆசிரியர்: ப. சுப்பிரமணியன்

முதற்பதிப்பு: 2021

உரிமை : ஆசிரியர்க்கு

பக்கங்கள்: 90

விலை: 100/-

Patthaam Pirai

Author : P Subramanian

Cell: 9787462981

First Edition: 2021

Copy Right: Author

Book Pages: 90

Book Price: Rs. 100/-

First Edition Published by: Elakkiya Pathipagam, 6/379, Tolkappiyar St, Tamilur - 627 808, Adaikkalapattanam Post, Tenkasi Dist, Tamilnadu.

Cell: 9940770433

mail id: elakkiyapathipagam@gmail.com

அணிந்துரை

திரு. சுப்பிரமணியன் அவர்களின் பத்தாம்பிறை என்னும் கவிதைக-
ளில் தோய்கிற போது, நான் தேனீ ஆனதும், உணர்ச்சித் தேனை
உறிஞ்சிக் கொண்டதும் ஒரு மதுரானுபவம்.

ஒரு கவிஞன் குழந்தைகளை அதிகம் நேசிப்பான். ஏனென்றால்
அவனே ஒரு குழந்தை தான்.

அப்படி தானே ஒரு குழந்தையாக மாறி, குழந்தைகளை குறிப்-
பாக, பெண்மக்களை (மகள்களை) அவர் பாடியிருக்கும் விதம்
பாராட்டுதற்குரியது. கவிஞர் ஆண்டன் எழுதிய மகளதிகாரம் என்ற
நூலை வாசித்ததின் தாக்கம் தெரிகிறது. ஏறத்தாழ 15 கவிதைகளில்,
கவிஞர் மகளைக் கொண்டாடி இருக்கிறார். எனக்கு மகள் இல்லை.
இந்தக் கவிதையில் ஒரு மகளைக் கொஞ்சுகிற ஆனந்த அனுப-
வத்தை எனக்கு ஏற்படுத்தியதை.

> "பிறந்த போது
>
> தாயாகத் தெரியும் மகள்கள்
>
> தாயானாலும் கூடக்
>
> குழந்தையாகவே
>
> இருந்து விடுகின்றனர்"

இந்த வரிகளை வாசிக்கும் போது எனக்காக வாழ்ந்த என் தாயும்,
எனக்கு வாய்க்காத என் மகளும் என் கண் முன்னே நிழலாடுகி-
றார்கள். பால்யகாலம் எவர் வாழ்விலும் என்றும் பசுமையாக இருக்-
கும். வாழ்வில் சுமைகள் கூடிக் கழுத்தை நெரிக்கிற போது, அந்தப்
பால்ய கால நினைவுகளில் தான் நமக்கு ஆறுதல் கிடைக்கிறது.
அந்த ஆறுதலைக் கவிஞர் இரண்டு கவிதைகளில் அழகாகப் படம்-
பிடித்து இருக்கிறார்

"எல்லோருக்கும்

ஓர் விரிப்பு

அம்மாவுக்குத் தலையணை இல்லை

எனக்கு மட்டும் அவளின் இடதுகை

ஆழ்நிலையில் உறக்கம்

எதிர்பார்ப்புகளற்ற அடுத்த நாள்

மறுபடி ஓர் விடியல்"

ஒரு வசதிகளற்ற ஒரு வீட்டில் ஒரு தாய் தன் சின்னக் குழந்தைக-ளுடன் நிம்மதியாக உறங்குகிற ஒரு காட்சி இந்த வரிகளில் விரிகி-றது.

இன்று நம் வீடுகளில் வசதிகள் உண்டு. ஆனால் நிம்மதி இல்லை. தூக்கம் இல்லை. காரணம் அடுத்த நாளைப் பற்றிய எதிர்-பார்ப்புகள், இந்த நாளின் ஏமாற்றங்கள் என்பன.

வேதாத்திரி மகரிஷியின் சித்தாந்தத்தில் கவிஞர்க்கு ஈடுபாடு உள்ளது தெரிகிறது. ஒரே கவிதையில் வேதாத்திரியத்தின் சாரத்தைப் பிழிந்து கொடுத்து விடுகிறார். வேதாத்திரியம் ஒரு சமுத்திரம். அதில் சில துளிகளைத் தான் நான் காட்டி உள்ளேன். முழுமை வேண்-டும் என்றால் ஆழியாறு வாருங்கள் என்று மனவளக் கலை என்கிற கவிதையில் கவிஞர் அழைப்பு விடுக்கிறார்.

சமுத்திரத்தில் நீராட ஆற்றுக்கு வரச்சொல்கிற கவிஞர் பாராட்-டுக்கு உரியவர்.

திரு. சுப்பிரமணியன் அவர்களுக்குள் ஒரு கவிஞன் இருக்கி-றான். இன்னும் பயிற்சியும், முயற்சியும் சேருகிற போது அந்தக் கவி-ஞன் இன்னும் முழுமையாக வெளிப்படுவான்.

இவரிடத்தில் பொறி இருக்கிறது. அது ஜுவாலையாக மாற இன்னும் அதிக நாட்கள் இல்லை.

பேராசிரியர் மு.இராமச்சந்திரன்,

அணிந்துரை

மேனாள் ஆங்கிலத்துறைத் தலைவர், அய்யநாடார்
ஜானகிஅம்மாள் கல்லூரி,
சிவகாசி

முன்னுரை

தமிழ்வழிக் கல்வியில் பள்ளிப்பருவம் முழுவதும் கழிந்ததால் தமிழ் ஒன்றும் எனக்குப் புதிதல்ல. ஆனால் எழுதுவது என்பது வழக்கமான ஒன்றும் அல்ல. எப்போதாவது எழுதுவது என்பது போய், என்னாலும் எழுத முடியும் என்று நான் உணர ஆரம்பித்தது என் மகளின் பிறப்புக்குப் பின்புதான்.

கலாப்ரியன் என்ற புனைப்பெயரில் நான் எழுதி வந்த கவிதைகளின் தொகுப்பு தான் இந்த பத்தாம் பிறை என்னும் நூல். வாழ்வில் வெவ்வேறு தருணங்களில் சந்தித்த மனிதர்களும், சம்பவங்களும் தான் இந்த தொகுப்பில் உள்ள அனைத்து கவிதைகளுக்கும் பொருள் தந்தன. எண்ணத்தில் வருவதை எல்லாம் எழுதிவிட முடிவதில்லை. வார்த்தைகள் தடுமாறும், சில நேரங்களில் தடம் மாறவும் செய்யும். எப்படி இருந்தாலும் என் எழுத்துக்களைத் தொடர்ச்சியாக ஊக்கப்படுத்திய அனைவரும் தான் இந்த புத்தக முயற்சிக்குக் காரணம். அவர்கள் அனைவருக்கும் இந் நேரத்தில் நன்றி.

ஏழ்மையை விட சிறந்த ஆசிரியன் இந்த உலகத்தில் இல்லை. அந்த ஆசிரியருடன் என் சிறுவயது முழுவதும் கழிந்த காரணத்தாலோ என்னவோ, பார்க்கும் எல்லாவற்றிலும் எளிதாக உட்பொருள் தெரிந்து போகிறது. காலப்போக்கில் அது அனுபவமாகவும் மாறிப்போனது. என் தந்தைக்குப் பின் என் அண்ணன்கள் இருவரும், அக்காவும் எனது அனைத்து முயற்சிகளுக்கும் முழு ஆதரவு தர, என் அனுபவப் பயணம் தடை இல்லாமல் தொடர்ந்தது. அவர்களுக்கு என் வணக்கங்கள்.

மணவாழ்விற்குப் பின்னும் பிடித்தவற்றை தடை இன்றி செய்ய வாய்ப்புகள் கிடைப்பது அரிது. என் அனைத்து விருப்பங்களையும் முழு மனதுடன் உடனிருந்து கவனித்துக் கொள்ளும் என் மனைவி இந்த புத்தகம் வெளியிடும் எண்ணத்திற்கு முதல் ஊக்கம் தந்தவர்.

அவருக்கு என் அளவற்ற அன்பு.

நூலாகும் அளவிற்கு இந்த கவிதைகளுக்குத் தரமும் தகுதியும் உள்ளதா எனத் தெரிந்து கொள்ளும் ஆவலில் பேராசிரியர் திரு. மு. இராமச்சந்திரன் அவர்களை அணுகியபோது. அவர் ஒவ்வொரு கவிதைகளையும் வாசித்து பாராட்டுக்களையும் அறிவுரைகளையும் வழங்கியது என் அனுபவத்தின் உச்சக்கட்டம். அவருக்கு என் சிரம் தாழ்த்த வணக்கங்களும் நன்றிகளும்.

தக்க நேரத்தில் குரு என்பவர் நமக்குத் தாமாகவே அறிமுகம் செய்யப்பட்டால் அதைவிட வேறென்ன வேண்டும் வாழ்வில், என் இருபத்திநான்காம் வயதில் என் கையைப் பிடித்து இழுத்து சென்று மனவளக்கலையை அறிமுகம் செய்து வைத்த ராசு அண்ணா அவர்கள் என் வாழ்வின் முக்கியமான திருப்பத்திற்குக் காரணமான-வர். அவருக்கு என் நன்றிகள்.

மகரிஷியின் அறிமுகத்திற்குப் பின் ஏற்பட்ட அனுபவங்கள் ஆன்மீகத்தனமானவை. குருவின் பாதங்களுக்கு என் முயற்சிகள் அனைத்தும் சமர்ப்பணம்.

இந்த முயற்சியில் ஆரம்பம் முதல் முழு ஒத்துழைப்புடன் எனக்கு உதவிய தமிழூர் இலக்கியா பதிப்பகத்திற்கு என் நன்றிகள்.

என் முயற்சியில் வெளிவந்துள்ள இந்த எளிய புத்தகத்தில் உள்ள நிறை குறைகளை தவறாது என்னிடம் கொண்டு வந்து சேர்க்-குமாறு அன்புடன் கேட்டுக் கொள்கிறேன்.

நிலா சுப்பிரமணியன்

+91.97874.62981

hello.subramanian@gmail.com

இறைவனுக்கு நன்றி

1. குரு வணக்கம்

• 1 •

எண்ணையுடன் திரி போட்டு
ஏற்றி வைத்த தீபம் போல்
என் உயிரை ஏற்றி வைத்த
வேதாத்திரி போற்றி

2. சித்தம் உன்பதம்

நித்தம் நீடுதவம்
செய்திங்கு நான்
வாழ
பித்தம் பவம் போக்கி
தவம்
நித்தம் வந்து
என்னை ஆள
சித்தம் உன்பதமே
சிவமே
நமச்சிவயமே

3. பராசக்தி

உண்ணும் போது உண்டும்
உறங்கும் போது உறங்கியும்
செய்யும் தொழில் யாவும்
சித்தம் கொண்டு செய்வதும்
எண்ணும் எண்ணம் ஏகாந்த
நிலை அடைந்து வாழ்வதும்
தெளிந்து விட்ட அறிவுடன்
முதிர்ந்த ஞானச் செறுக்கும்
இவ்வுலக வாழ்க்கையை
இனிதாக்கும் இல்லறமும்
நான் வாங்கும் வரமனைத்தும்
ஒன்றாகி உருவாகி
மழலையெனும் மகிழ்ச்சியாய்
தந்து விட வேண்டியும்
என்போலே மகிழ்வுடனே
எனைச்சார்ந்த அனைவரையம்
அன்போடு அருள் பொழிந்து
காத்திடவும் வேண்டியே
தாழ்ந்தேன் நின்பதம் தொழுதேன்
தாயே பராசக்தியே...!!

4. மனவளக்கலை

பற்றதனைப் போக்கி விடும்
பக்குவம்
வளர்த்து விடும்...
சித்தம் அழுக்காக்கும் சிந்தனையைச்
சீர் செய்யும்..
வாழ்க்கை வளமாக்கும்
வழியதனைத் தெளிவாக்கும்..
வித்தை பல
சொல்லி வைத்த
வேதம் அது புரியவில்லை..
இயற்கையிலே கிடைக்கும் - என
எழுதி வைத்த வள்ளல் - அவர்
வேதம்
சொல்லித்தந்த
வேதாத்திரி மகான்...
பொருள் தேடும்
எனைத் திருப்பி
அருள் தேட அருள் புரிந்த
அருட்தந்தை...
அவர்
சொல்லித் தந்த சூத்திரம்தான்
சொல்லிடுவேன் கேட்டிடுவீர்...
நெற்றியிலே பொட்டிருக்கும்
நினைவங்கே
நிறுத்திடுவீர்...

உச்சியிலே ஒளிதெரியும்
உயிர் அங்கே
ஏற்றிடுவீர் ...
முட்டி வரும்
சக்தியெல்லாம்
விட்டம் அதைத் தொட்டுவிட்டால்..
மூலம் அதைப்
பார்த்திடுவீர்..
மோட்சம் அங்கே பெற்றுடிவீர்..
பொருளதனைத்
தேடித் தேடிப்
புறம் போக்காய்
வாழாமல்
அருள் அதனைத்
தேடுகின்ற
அகத்தவமும் செய்துடுவீர்...
சுக்கிலத்தைத்
தாதாக்கிச்...
சுந்தரனாய் வாழ்ந்திடவும்..
காயம்
காத்திடவும்
காயகற்பம்
கற்றிடுவீர்...
அப்பனைப் போல்
காக்கும் அந்தக்
காப்பதனைக்
கற்றிடுவீர்..
எப்பொழுதும் நினைவினிலே
சங்கல்பம் செய்திடுவீர்..

பத்தினியை வாழ்த்திடலாம் - பெற்ற
மக்களையும் வாழ்த்திடலாம்..
உயிர்க்கலப்பாம் உடன் பிறப்பை
ஒவ்வொன்றாய் வாழ்த்திடலாம் ...
சுற்றி வாழும் நண்பரையும்,
இடர் புரியும் எதிரியையும் ..
வற்றிவிடா இன்பமுடன்
வாழ்க நீ வளமுடன் - என
வாழ்த்தி நாமும் வாழ்ந்திடலாம்..
கற்றதெல்லாம்
கற்றபடி
சாதகமும் செய்து வந்தால் ..
மனக்கவலைத் தீர்த்திடலாம்
மனவளத்தைக் காத்திடலாம்..
சாதனைகள் செய்திடலாம்...
வாழ்வே
சாதனையாய் வாழ்ந்திடலாம்..
சமுத்திரத்தில்
சில துளிதான் - நான்
அறிந்தவற்றைச் சொல்லிவிட்டேன்
அத்தனையும் பருகிவிட
ஆழியாறு சென்றிடுவீர்...
வாழ்க வையகம்
வாழ்க வையகம்
வாழ்க வளமுடன்...!

5. அப்பா

நடை பயிலும் நேரம்
இன்னொரு காலாய்...
விளையாடும் நேரம்
எனக்குகந்த நட்பாய்...
துயில் கொண்ட நேரம்
தூங்காத விளக்காய்...
இருந்துவிட்டார்
நிழல் போல
என்னருகில்
எந்நொடியும் ...
இப்பொழுது
நான் வணங்கும்
தெய்வமென
ஆகிவிட்ட..
சுமந்தெடுத்த
தாய் பத்து
ஈடாக்க இயலாத
அன்பெல்லாம் என்னதனாய்
ஆக்கிவிட்ட என் மனிதர்..
துன்பத்தின் போது
துவளாத வாழ்வை
தான் வாழ்ந்து உணர்த்திய
உயர்வான
முதல் குரு..
இருப்பை நீ

உணர்த்துகிறாய்
என் வெற்றி எல்லாம்
உன் அருளாய்..
முப்பொழுதும்
நினைக்கவில்லை...
உனை எப்பொழுதும்
மறக்கவில்லை...
என் மகனாய்
நீ வந்து
பிறந்தாலும்
பிறப்பெடுப்பாய்..
இன்னும் ஏழு
சென்மத்தில்
உன் மகனாக
வரம் கொடுப்பாய்..
காயம் துறந்து
காற்றில் கலந்தாலும்
என் உயிரில் இன்றும்
உறைந்திருக்கும்
இன்னொரு உயிர்...
அப்பா ..
என்றும்
உன் நினைவால்..

6. மறு பிறப்பு

கடல் கடந்து செல்லும் யோகம்
என சோசியர் சொன்னார்.
படித்த படிப்பிற்க்கான பொருத்தமான வேலை
என பலரும் பாராட்டினர்.
கொழுத்த பணம் பண்ணலாம் -
உறவினர்கள் ஒரு பக்கம்..!
காசுதான் காலத்தின் கட்டாயம் -என
என் மனமும் மறு பக்கம்... !
கேட்டதை விட அதிக பணம்
நினைத்ததை விட அதிக சுகம்
கொஞ்ச நாள் மனத்தின் கூத்தாட்டம் ...
நின்று போனது ஒரு நாள் எல்லாம்...
அன்பான மனைவி... அவளது வளைகாப்பு ...
ஷகைப்பின் உதவியால்.
கண்ணீர் விடத்தெரியாத கணினி
அவள் விசும்பல்களை மட்டும்
என் காதில் சொன்னது.
பெற்ற தாயும், பிறந்த பொன்னாடும்
ஆயிரமாயிர மைல்களுக்கு அப்பால்
தனிமை மட்டும் நிசமென தெரிந்த பின்
சோசியர் சொன்னது யோகமா, சாபமா
என மனதில் ஒரு பட்டிமன்றம்...
உண்மை செயித்த போது
என் ஊரின் அழுக்குத் தண்ணீரும்,
மின்சாரம் இல்லாத இரவுகளும்

சொர்க்கமென தோன்றின..
வேண்டியது எல்லாம் கிடைத்த பின்
வேண்டாம் என சொல்கிற மனம்
அறிவின் குரல் ஒலிக்கும் போது
மனதின் இரைச்சல் அதை மறைத்து விட்டது
மீண்டும் நாடு செல்லும் போது - எதிலிருந்தோ
மீண்டு செல்வது போல் தோணியது
இழந்ததை சரி செய்யும் முயற்சியில் புரிந்தது
நான் மீண்டும் பிறந்துவிட்டேன் ...

7. தொடரும் பயணம்

• 11 •

வாழ்க்கை என்பதை
தெரிந்து கொள்ளவே
தேடலின் எல்லையில்
தொலைந்து போகிறேன்
தேடும் பயணத்தில்
வாடும் போதிலும்
வாடலின் எல்லையில்
மலர்ந்து சிரிக்கிறேன்
தொடரும் பயணத்தில்
கலைத்து நிற்கிறேன்,
நான்
கலைத்த பின்பும்
தொடர்ந்து செல்கிறேன் ..!

8. வறுமைகால வசந்தங்கள்

பள்ளி செல்லும் காலத்தில்
பத்து பைசா கல்கோனா ..

காசு கொஞ்சம் பத்தலேன்னா
அஞ்சு பைசா ஆரஞ்சு மிட்டாய்..

பக்கத்து வீட்டு பையன் போல
ஊதாக்கலர் சட்ட ..

மூணுவேல சோறு
முடிஞ்சா
கூட கொஞ்சம் துவையல் ..

உமிக்கரிதான் கருப்பா
தேய்ச்சா பல்லு
தெரிச்சுடுமே வெளுப்பா ...

குடிசைக்குள்ள தூக்கம்
குறட்டை கூரையக்கூட தூக்கும் ..

காலம் கொஞ்சம் போக..
காதோரம் நரைக்க
போறபோக்கில் வாழ்க
ரொாம்ப நல்லாவே போகுதுங்க ...

எல்லாமே இருந்தும்
என்னத்ததான் நான் சொல்ல...

என் இளம காலவசந்தத்த
கையைபிடிச்சு கூட்டிக்கிட்டு ...
இந்த எழவெடுத்த வறும இப்ப
போயேதான் போச்சுதுங்க

9. நல்வாழ்க்கை

இப்போது தான்
ஓரிரு வாரங்கள்
என் நுரையீரல்
சுத்தமான காற்றை
சுவாசிப்பதாய் உணர்கிறது

மொட்டை மாடிகளில்
காற்றுடன் சேர்த்து
சில
மனிதர்களின் நடமாட்டம்

மக்கள் ஓட்டத்தை
உணவுக்காகவும்
அத்தியாவசத்திற்கும் என
காண முடிந்தது

ஆரோக்கியத்துக்காக
அதிக அக்கறை ..
அளவான உணவு ..
முடித்த அளவு
உடற்பயிற்சி ..
குடும்பத்துடன் சேர்ந்துணவு ..
குழந்தைகளுடன்
விளையாட்டு ..
இல்லாதவர்க்கு

அரசாங்க ஆதரவு ..
எல்லோர்க்கும் மருத்துவம் ..
என
எத்துணை மாற்றங்கள்...

நல்லதை எல்லாம்
ஏற்றுக் கொள்ள ..
நாளும் அதை
நிரந்தரமாக்க ..
எல்லோர்க்கும் சமவாய்ப்பு..

காரணம் கேட்டேன்
ஏதோ
கண்ணுக்குத்தெரியாத
நுண்ணியிராம்..

காரணம்
எதுவாயிருந்தானென்ன ..
கடவுளும் தான்
கண்ணுக்குத்
தெரிவதில்லை தானே ..

மீண்டு(ம்) வாழ்வோம்
நல்லதொரு வாழ்க்கை

10. தீபாவளிச் சட்டை

ஒரே ஒரு சட்டை
தீபாவளிக்கு.!
அதுவும்
ஐம்பது ரூபாய் மட்டும் !!

கிழிந்த பின்னும்
அதைப் புதிதாக்க
அம்மாவால் முடிந்தது !!

சின்ன சின்ன பூக்கள்
போட்ட சட்டையில்
பூக்களை விட
கிழிசல்கள் அதிகமாவதற்குள்
அடுத்த தீபாவளியும்
வந்துவிடும்

வரப்போகும் நாளுக்காக
வருடம் முழுவதும்
காத்திருந்த அனுபவம்
இப்போது நினைக்கும்போது
இன்னொரு முறை
இனிக்கிறது

இல்லாமை இருந்தும்
என் அப்பாவால்

தரமுடிந்த மகிழ்ச்சி ..
என்னிடம்
எல்லாம் இருந்தும்
இயலாமை மட்டுமே
பெரும்பாலும்!!

வாழ்வே அருளாக
ஆகும் போது
வாழ்வதற்குப் பொருள்
தேவைப்படுவது இல்லை ..
வாழ்வோம் அருளுடன்
வாழ்க வளமுடன்

11. தாய்மரம்

வயிற்றில் உதைக்கும்
குழந்தையை
வலிந்து அணைக்கும்
தாயைப்போலத்தான்
மரங்கள்...

தன்னை
உதைப்பவன்
தலையில் கூட
பூமழைப் பொழிகின்றது...

12. இறையுடன் இணைவதெப்போ

• 19 •

கடலாய் ஆவியாய்
மழையாய்த் துளியாய்
நதியாய் நான்
ஓடி ஓடி
மீண்டும் மீண்டும்
உருவும் கருவும்
மாறி மாறி
மீண்டும் கடலாய் ..!

எல்லாம்
கடந்து
என்னைத்
தொலைத்து
உன்னுள் சேர்வது
எக்காலம்??

13. மௌனமொழி

விடை ஏதும் கிடைக்காமல்
என்னுள் அடங்கிய
கேள்விகள்
பல உண்டு

என்னிடம் கேட்கப்படாமல்
அடங்கிய
பதில்களும்
பல உண்டு

அதிகம் கிடைத்தப் பின்
அடங்கும் சில
ஆசைகளைப் போல

மனதின்
இறைச்சல் அடங்கியதும்
எல்லாம் விளங்கியது ..!

கேள்வியாய்ப்
பதிலாய்
அறிவே அனைத்துமாய்
மௌனமே அதன் மொழியாய் ..!!

14. குரு அருள் ...!

எல்லையற்ற பிரபஞ்சத்தில்
இரவென்ன
பகலென்ன

எண்ணமற்ற மனதிற்கு
இன்பமென்ன
துன்பமென்ன..

அல்லலுற்று வாழ்கின்றேன்
நான் செய்யா
தவம் என்ன...

இறை நடத்தும் நாடகத்தில்
நீயென்ன
நானென்ன...

மீண்டு வரும்
வழி தெரிய - குருவின்
அருளன்றி வேறென்ன...

15. அறியப்படாத வசந்தங்கள்

ஆற்று நீர் குளியல்
ஆத்தங்கரை விளையாட்டு

மண்பானை சமையல்
மறுநாள்
நீர்மோறும் பழையசோறும்

பசித்த பின் தான் உணவு
அதுவும்
இரு வேளை மட்டும் தான்

ஆரோக்கியத்தைப் பாதுகாக்க
தேவையற்ற
தனி முயற்சி
எங்கு சென்றாலும்
நடைதான் ..
பெரும்பாலும்
கால்களே வாகனம்

நண்பர்களுடன்
அரட்டைக் கச்சேரி
தெருவோர மிட்டாய் கடை
காசிருந்தால் சர்பத்
இல்லையென்றால்
அடிபம்பு தண்ணீர்

மாலை முழுதும் விளையாட்டு
மங்கிப்போன வெளிச்சத்தில்
அக்காவுடன் வீட்டுப்பாடம்
எல்லாருக்கும்
ஓர் விரிப்பு
அம்மாவுக்குத் தலையணை இல்லை
எனக்கு மட்டும் அவளின் இடது கை
ஆழ்நிலையில் உறக்கம்
எதிர்பார்ப்புகளற்ற அடுத்தநாள்
மறுபடி ஓர் விடியல்
இப்போது தான்
புரிகிறது ..
இளமையில் இருந்தது
வறுமை அல்ல
அது
அறியப்படாத
ஒரு வசந்தம்..

16. கல்லறைக் கதவுகள்

• 24 •

உறவோ
நட்போ
உங்களை விட்டு
விலகும் ஒவ்வொன்றுக்கும்
உங்கள் வாழ்வின்
கதவுகளில் ஒன்று
அடைபடுகிறது!

நினைவு கொள்ளுங்கள்...

முழுவதும் அடைக்கப்பட்ட
ஒரே இடம்
கல்லறை மட்டுமே...

17. சில்லறை பாக்கி

நடத்துனர்
தரவேண்டிய
சில்லறை பாக்கியே
எண்ணம் முழுவதும் ..
சன்னலோர இருக்கைக்கும்
இதமான
காற்றுக்கும் கூட
தூங்க மறுக்கும்
ஏழையின் கண்கள் ...

18. காய்ப்பு

செருப்பில்லாமல்
நடந்து நடந்து
பாதங்கள் முழுவதும்
காய்ப்பு
செருப்பு தைக்கும்
கிழவரின் கால்கள் ..!

19. நம்பிக்கை

மகள்களுக்குத்தான்
எவ்வளவு நம்பிக்கை...
தான்
கை விட்டாலும்...
தன்னைக்
கைவிட மாட்டான்
தன் தந்தை
என்று....

20. கங்கையின் கண்ணீர்

கங்கா தேவியை
தன்னிடம் கொண்டதால்
பாரத தேவியே
பெருமை
கொண்டாளாம்
அண்டம் காக்கும்
ஆதி சிவனும்
தன்
தலைமேல்
வைத்துத்
தாங்கிக் கொண்டானாம்..
கங்கை மட்டும்
அழுதாள்...
என்னிடம்
வருவார் எல்லாம்
பாவிகளாகவே
இருக்கிறார்களே
என்று...

21. நடப்பு

என் மகளுடன்
கை பிடித்து
நான்
நடக்கிறேன் ..
நீங்கள்
பார்க்கலாம் ...
ஒரு
மகளையும்
ஒரு
மகனையும் ..
இவளுடன்
கை பிடித்து
நடக்கும் போது
இறைவனே
என்னைக்
கை பிடித்து
நடத்துவதாய் உணருகிறேன்..

22. மறந்து போன கேள்விகள்

ஒரு
நடிகையின் காதல்
நடிகனின்
அடுத்த படம்..
விலைவாசி உயர்வு
விரைவில் நதி நீர் இணைப்பு
இயற்கையின் சீற்றம்..
இல்லாமல் போன நிவாரணங்கள்
விவசாயி தற்கொலைகள்
ஆட்சியோ
அல்லது
தலைவர்களோ -
அரசியலில்
அடுத்தடுத்து மாற்றங்கள் ..
தினமொரு செய்தியுடன்
முடிவில்லாத பயணம்.
ஒரு கேள்வியின்
பதில் தெரியும் முன்
அடுத்தடுத்த விவாதங்கள் ..
ஏதோ
ஒரு பதில் கிடைக்கும் போது
கேள்வியையே
மறந்து போகும்
மகா சனங்கள்...
இதோ

மீண்டும்

தேர்தலுக்கு

நாடு தயார் ஆகிறதாம்...

ஏதோ ஒரு

எதிர் பார்ப்பில்

மக்களும் வறுமையும்

காத்திருக்கின்றனர்...

23. ஆசை

கரையுடைத்து
ஊர் பார்க்க
கடலுக்குப் பேராசை..!
கடலை எல்லாம்
பருகிவிட
சூரியனுக்கும் ஓர் பேராசை..!
கரு மாறி.. உரு மாறி
காலமெல்லாம்
வாழ்ந்துவிட
மண்ணுக்கும் தான் பேராசை..!
நாசி வழி வந்து செல்லும்
காற்றுக்கும் ஓர்
ஆசையுண்டு ..
வாசியாக மேலேறி
வாசம் செய்யும் பேராசை..
எங்குமுள்ள
விண்வெளியோ
என்னுள்ளே அறிவாக...
ஏதுமோர் ஆசையின்றி
இறையுறவாய் இருப்பதனால்..
என் அறிவை அறிந்து விட
எனக்கும் ஒரு பேராசை..!

24. இறைத்துகள்

வாய் மூடி
பேசாமல்
வார்த்தைகளை அடக்குதல்
மௌனமா??
சீறி எழும்
எண்ணத்தை
சீர் செய்து
அமைதியாக்கல்
மௌனமா??
ஏதோ ஒன்றை
ஏற்றுக் கொண்டு
மௌனமே
என் மொழியாக்க
சுற்றி எல்லாம் சுத்தமாய்
சுத்தவெளி போலாக
என்னுள்ளும்
ஒரு பெரு வெடிப்பு
சத்தமின்றி நடந்தது ..
இறையைத் தேடிய
என் பயணத்தில்
இறைத்துகளை கண்டேன்
நானே இறையாய்
இப் பிரபஞ்சத்தில்
ஓர் துகளாய் ..!

25. மனிதம்

உடலை உரித்து
உயிரையே காய வைக்கும் போல
நல்ல வெயில் ...

கோடையின் கொடூரம்..

ஒரு
வயதான ஊனமுற்ற
பெரியவர்
சக்கரம் பொருத்திய
ஒரு பலகையில்...
கைகளில்
பழைய காலணியின் உதவியுடன்
தரையைத் தேய்த்து
மெதுவாக ஊர்ந்து கொண்டிருந்தார்

கைகளில் வலு இல்லாததால்
கண்கள் நீர்த்துளியுடன்
யாசித்துக் கொண்டிருந்தது...

நெற்றியில்
ஒரு சிறு கருந்தழும்பு

இஸ்லாமியராக இருக்கலாம்...

சிறு
குறுந்தாடி..

எப்போதும் மடியில்
காணப்படும் ஒரு புத்தகம்
பைபிளோ, கீதையோ

அவர்
கிருத்தவரோ.. இந்துவோ...
எதுவாக இருக்கவும்
ஊக்கிக்க
காரணங்கள் இருந்தன..

ஆனால்
ஒன்று மட்டும் உறுதி
அங்கே
கடந்து சென்று கொண்டிருந்த
மனிதர்களில்
இந்த மதங்கள்
அனைத்தும் இருந்தன...

ஒருவரும்
முன் வராத நிலையில்

எங்கோ நின்று கொண்டிருந்த
ஒரு சிறுவன்
ஓடி வந்து
தன்னிடம் இருந்த
உணவில்

பாதியைத் தந்தான்...
சிரித்தான்...

மனிதம் என்பது
மதங்களிலும்
மனிதர்களிலும்
தேடப்பட்ட வேண்டிய ஒன்று...
ஆனால்
அது
குழந்தைகளிடம்
இரண்டற கலந்த ஒன்று
எல்லா மனிதர்களிடமும்
ஒரு
குழந்தை உள்ளம்
இருக்க வேண்டும்...
அது
நம்மை
இறைத்தன்மையுடன்
வாழ வைக்கும்...

26. கொடை

• 37 •

தா
எனக் கேட்டபின்
தருவது
அல்ல
தானே முன் வந்து
கொடுப்பதே
கொடை..

27. வாழ்க்கை

பிறந்தோம்
வளர்ந்தோம்
பெற்றதெல்லாம்
அழித்தோம்
அழிந்தோம்
என்பது
மனித வாழ்க்கை..!
பிறந்து
வளர்ந்து
பெற்றதெல்லாம் காத்து
பின் வரும்
மக்கட்கு அளித்து
உடல் அழிந்தும்
உயிர் வாழ்வது
மாமனிதர்களின் வாழ்க்கை ..!
பிறப்பெடுத்ததே
பிறர்க்கெனத் தோன்றி
பெற்றதெல்லாம் வேண்டாம்
என்று
பற்று உடைத்து வாழ்ந்து
மீண்டும்
பிறப்பெடுக்கா வண்ணம்
பிரிதல்
மகான்களின் வாழ்க்கை...!

28. தேடலின் எல்லை

• 39 •

தேடித் தேடி
அலைந்திட வேண்டும்
தேடலின் எல்லைகள்
தெளிந்திட வேண்டும்
தேடிய எல்லாம்
தெரிந்து கொண்ட பின்
தேடிய பொருளில்
நிலைத்திட வேண்டும் ...

29. மரியாதை

நம்மால்
கொடுக்கப் படாத
மரியாதைகளின்
மதிப்பும்
வலியும் ...
நமக்கு
கிடைக்காத போது
புரிந்துவிடுகிறது...

30. விழிப்பு

இரவுக்குப் பின்
வரும்
எல்லா பகல்களும்
இறைவனால்
சமமாகவே
நிர்ணயிக்கப் படுகிறது..
அதை
வரமாக்குவதும்
சாபமாக்குவதும்
அவரவர்
விழிப்புதான்
நிர்ணயம் செய்கிறது...

31. வீடுகள்

விதைகள் இல்லை
உரங்கள் இல்லை ..
ஆனால்
விளை நிலம் எல்லாம்
வீடுகள் முளைக்கும்
அதிசயம்..!

32. நல்ல காய்

நல்ல காய்களை
எப்படி கண்டுபிடிக்கலாம்
என்று கேட்டாள்
என் செல்ல மகள் ..
புழு
இல்லாமல் பார்த்து
வாங்கச் சொன்னாள்
என் அம்மா ..
புழு இருந்தால்
நல்ல காய்
என்று சொன்னாள்
உன் அம்மா என்றேன் ..
புரிந்தும் புரியாமலும்
விழித்தால்
என் மகள்..!

33. புரிதல்

பிரிதலின்
போதுதான்
நட்பிலும்
உறவிலும்
புரிதல் அதிகமாகிறது..

34. குலதெய்வம்

கோவிலில்
தந்தைகள்
தங்கள் மகள்களைத்
தோளில் தூக்கி
நிற்பது
மகளுக்கு
இறைவனைக்
காண்பிக்க அல்ல.
இறைவனிடம்
தன்
குலதெய்வத்தைக்
காண்பிக்கவே...

35. அன்னை

கை எடுத்துக் கும்பிடுவார்
கருத்தொன்று கொண்டிடுவார்
பொய் பேசும் உதட்டாலே
புகழ் மாலை சூட்டிடுவார்..
உன் உயிரே என் உடலில்
இயங்குதென ஏய்த்திடுவார்
உன் பின்னால் போனதுமே
உதட்டோரம் சிரித்துடுவார் ..
சொல்லாத சொந்தமெல்லாம்
பேர் கொண்டுச் சொல்லிடுவார்
சொர்க்கமது என்னவென்றால்
உன் சொந்தமோன்றே போதும் என்பார் ..
விதி வந்து நாம் போகையிலே
என் உயிரே போகுதென்பார்
நீருக்குள் மூழ்கிவிட்டு - நம்
நினைவையும் சேர்த்தெரித்துடுவார் ..
நல்லவரின் முகவரியை
நான் உனக்குச் சொல்லிடுவேன்
நன்மை எல்லாம் ஓர் உருவில் - நம்
அன்னையெனக் காண்கின்றேன் ..
கருவான நாள் தொட்டு
உருவான நாள் வரைக்கும்
கலங்காமல் காத்திருப்பாள்
அவளே நம் முதல் தெய்வம் ..

36. முதிர்ச்சி

உறவோ
பொருளோ
இழப்பதற்கு
முன்பே
அதன் பெருமையை
உணர்வதே
உண்மையான
முதிர்ச்சி..!

37. பத்தாம் பிறை

மகள் ஒன்று வேண்டி - ஈசனை
வரம் ஒன்று கேட்டேன்
தானே வரமாய் - என்
தாயெனப் பிறந்தான்...
முடிமேல் ஒளிரும் பிறை போல் நெற்றி..
வில்லினை வளைத்துச் செய்திட்டப் புருவம்..
கயல் போல் மணியாய் இரு கரு விழிகள்..
விழிகள் காணும் காட்சிகள் எல்லாம்..
கவியாய் பேசும் செந்தளிர் உதடு..
தந்தத்தில் செதுக்கிச் செய்ததோ - இந்தக்
கழுத்தினைக் காண்பீர் கண்ணிமைக்காமல்..
உடலின் அழகோ அசைவுகள் அழகோ..
மொழியெதும் இன்றிப் பேசிடும் அழகோ..
கண்கள் சிமிட்டிச் சிணுங்கிடும் அழகோ..
கைகளால் என் முகம் வருடிடும் அழகோ..
எல்லாம் சேர்த்து எழுதிட வேண்டின்
எடுத்திடும் இன்னும் பல யுகம் எனக்கு..
ஐயிரு திங்கள் பெற்றவள் சுமந்து
அத்துணை அழகும் அளவுடன் சேர்த்து
பெற்றதே இந்த பெரு வரமென்பேன்.
ஈசன் உமையாள் இருவரின் அருளால்
தேய்வின்றி வளரும் பிறை இவள் தானே..
பத்தாம் மாதம் பக்குவம் அடைந்து - என்
கைகளில் தவழும்
பத்தாம் பிறையே...

38. எது சொர்க்கம்

ஈன்றெடுத்த
நொடி முதலில்
தன் மகவின் அழுகை
அன்னையின் சொர்க்கம் ...
அந்நொடி போய்
அடுத்த நொடி முதல்
அழுகையின்றி சிரித்திருக்க
அதுவே அவள்
சொர்க்கம் என்றாள்..
ஆற்றில் வரும்
வெள்ளம் கண்டால்
உளவு செய்த உள்ளத்திற்கு
அதுவே சொர்க்கம் ..
நட்டு வைத்த
நாற்று எல்லாம்
நங்கை போல்
நாணம் கொண்டால் - அந்த
வெள்ளம் கொஞ்சம்
தஞ்சம் கொண்ட
அணையே சொர்க்கம்..
கூட்டமாக இன்பமெல்லாம்
கூடி நின்ற போதிலும்
வாட்டம் கண்டு வயிறு - அது
வாழைப்பழம் கூட
சொர்க்கம் எனும்...

கல்வி கற்கும்
கடமையெல்லாம்
காலையிலே முடிந்து விட்டால்
தொடர்ந்து வரும்
மாலையில்
தொல்லையின்றி விளையாட
அதுவே சொர்க்கம் ..
காதல் செய்த
பெண்ணவளை
கைப்பிடித்தல் சொர்க்கம் - என
காதல் செய்து
கண்டு கொண்ட
காளையவன் சொல்லட்டும்...
கைப்பிடித்தப்
பெண்ணவளை
காதலித்துப் பாருங்கள் - உயிர்க்
காற்று உள்ள
காலம் மட்டும்
காதல் உம்மைக்
காதல் செய்யும் ...
காதல் உள்ள
காலம் மட்டும்
வாழ்க்கை
அது
சொர்க்கமாகும் ...!

39. வலி

மனிதர்களுக்குப்
பெரும்பாலும்
தங்களின்
தோல்வியை விட
மற்றவர்களின்
வெற்றிதான்
அதிக வலியைத்
தருகிறது...

40. முனை மடங்கிய புத்தகங்கள்

ஓங்கிய குரலில்
சொல்வதெல்லாம் அறிவுரைகள்..!
கேட்காமல் போனாலும்
சல்லடையை நீர்
சுத்தம் செய்வதுபோல
அறிவு தொடர்ந்து
கூர்மை செய்யப்படும்..
உடைந்து போகும்
உறவுகளை
ஒட்ட வைக்கும் பாலம்..!
அடுக்களையை கூட
ஆதுரசாலை ஆக்கும் அனுபவம்..!
அத்துணைக்கும் பெரும்பாலும்
திண்ணைகளே
இவர்களுக்குத் தரப்படும் பரிசு..!
முனை மடங்கியதென்று
வீசி விடாதீர்கள்..
முதியோர்கள் அனைவருமே
மீண்டும் மீண்டும் படிக்கப்பட்ட
புத்தகக்கள் ..!
இவர்களின் சுவாசம்
நிற்கும் வரை
வாசியுங்கள்..!

41. ஊனம்

ஊனம்
உடம்பில் ஒரு குறை
மட்டுமல்ல
சில நேரங்களில்
வாழ்வியல் தேவை கூட...
எதிரிகள்
எதிர் வரும்போது
காதுகள் செவிடாக வைத்துக்கொள் ..
காட்சிகள்
தவறாகும்போது
கண்களில் ஒளி குறைத்துக்கொள் ..
களவுதான்
ஒரே வழி
என மனம் சொல்லும்போது
கைகள் கட்டப்படட்டும் ..
தாண்டி குதித்து
ஓடும் பாதைத்
தவறெனத் தெரிந்தால்
கால்கள் நடப்பத்தைச் சிறிதே மறக்கட்டும் ...

42. இன்பமான குடும்பம்

இயற்கைப் பேரிடர்,
எதிரிகள் ..
எதிர் எண்ணம்
கொண்ட நட்பும் சுற்றமும்
என்ன செய்ய முடியும்
என்னை ?
எனக்காக
இரு நிமிடங்களேனும்
அமர்ந்து
பிரார்த்தனை செய்யும்
நல்ல உள்ளங்கள் இருக்க
எது இல்லை
என்று நான் சொல்ல
என் வாழ்வில்?
என் வீழ்ச்சியை ரசிக்கும்
மனிதர்களுக்குச்
சொல்வேன்
இதம் தரும் நட்பு
இறைவனின் துணை
இன்பமான குடும்பம்
இறை அன்பின் உருவில்
ஒரு குழந்தை
நான்
நன்றாகவே வாழ்கிறேன்...
இன்னும்... இன்றும்...

43. இழப்பு

ஓஓ
என்ற கதறலுடன்
ஒரு கைபேசி
அழைப்பு
அதிகாலை வேளையில்..!
மாமா எனும்
ஒரு உறவு ஒன்று
மறைந்துவிட்டது !
இதுதான்
செய்தி...
இதுதான் நடக்கும்
என முன்பே
தெரிந்திருக்கும் போல...!
மனம்
சிறிது சலனப்பட்டு
மீண்டும் மீண்டுவிட்டது ..!!
முன்பு ஒருநாள்
நண்பனின் இழப்பு ..
அதன் பின்
ஒரு உறவின்
இழப்பு ..
ஒவ்வொரு முறையும்
மனம்
சலனத்திற்கும் மீட்சிக்கும்
நடுவில்...

நமக்காகவும்

ஒரு அழைப்பு

என்றோ ஒருநாள்

யாரோ ஒருவர்

செய்யத்தான் போகின்றார் ..

இருப்பினும்

வாழ்க்கை மட்டும்

ஏனோ

இன்னமும் ஒரு

சின்ன வட்டத்துக்குள்ளேயே ..!

44. கடைசி தோசை

அம்மா
கடைசி தோசை
சுட்டு முடித்த
பின்பு
சட்டியில் இன்னமும்
ஒட்டியிருந்தது ..
என் பசியும்
எங்கள் வீட்டு
ஏழ்மையும் ..!

45. தந்தி

• 58 •

அதிகாலையில் வரும்
கைபேசி
அழைப்புகள் எல்லாம்
தந்திகள் போல
ஏனோ
ஒரு பயத்தைத்
தந்து விடுகின்றது!

மகளதிகாரம்

46. குட்டி தேவதை

வண்ண வண்ண
நகப்பூச்சுடன்
சில
மனிதர்களைக் கண்டால்
தெரிந்துகொள்ளுங்கள் ....

அவர்கள்
தங்கள் இல்லத்தில்
ஒரு
குட்டி தேவதையின்
அரவணைப்பில்
வாழ்பவர்கள் என்று ...!!

47. இதயச்சிறை

மென் முறையில்
நீ
செய்யும்
வன்முறைகள்
ஈரமாய்
எத்தனை
எத்தனை
முத்தங்கள்...
செய்வது எல்லாம்
நீதான்
சிறை மட்டும்
எனக்கு...
ஆயுள்
முழுவதும்
உன் இதயத்தில்...

48. தோல்வி

இவள்
உண்ணும்போது
சிதறிப்போகும்
எச்சிலமிழ்தை
உண்ண வரும்
எறும்புகள்,
தினமும்
தோற்று ஓடும்
என்னிடத்தில் ...!

49. தேடல்

காணும்படி
ஒளிதலும் ..
கண்டபின்பும்
தேடலும் ..
தந்தை மகள்
விளையாட்டில்
உச்சகட்ட இன்பம்

50. தாய்

பிறந்தபோது
தாயாகத் தெரியும் மகள்கள்..
தாயானலும் கூட
குழந்தைகளாகவே
இருந்துவிடுகின்றனர்..!

51. கவிதை

உன் புகைப்படம்
பார்க்கும் போதெல்லாம்
நினைக்கிறேன்..
இதைவிட அழகாக
இன்னொரு
கவிதை எழுதமுடியுமா என *!!!*

52. என் கைவசம்

இவளை என்
கைகளில் ஏந்திய
முதல் நொடி புரிந்தது
இந்த உலகமே - இனி
என் கைவசம் என ..!

53. வீரம்

வீரம் வளரட்டும்
என மகளைத்
தனியாக விளையாட
அனுப்பிவிட்டு ..
வீட்டு வாசலில்
பயத்துடன் காத்திருந்தான்
தந்தை ...

54. நிறைவு

நல்லா சாப்பிட்டேன்
என்று
இவள்
வயிற்றைக் காட்ட ..
எனக்கும்
நிறைந்திருந்தது ..
மனம் !

55. பொய் அழகு

கவிதைக்குப்
பொய் அழகு
என்றார்கள் ..
ஆனால்,
உன்னைப்பற்றி எழுத
எனக்குப் பொய்
தேவைப்பட்டதே இல்லை ..!